கைக்கிளை

"கற்பனைகளில் விழுந்தேன்"

பிரசாந்த்

இந்த பயணம், ஒருவரின் உந்துதல் காரணமாகவே
தொடங்கப்பட்டது.
எதிர்பாராத உறவின் மீதே, இத்தனை காதலும், இத்தனை
எழுத்துகளும் பிறந்தது.
இந்த புத்தகம், அவர்களுக்காகவே அர்ப்பணிக்கப்படுகிறது.

பொருளடக்கம்

பொருளடக்கம்

முன்னுரை

சகோ அனைவருக்கும் வணக்கங்கள்,

இந்த புத்தகத்தை தேர்ந்தெடுத்தமைக்கு முதலில் என் நன்றிகள். எனக்கான விரிவு உரை இங்கு இருக்கப் போவதில்லை. மாறாக, அடுத்தடுத்த பக்கங்களில் நிரம்பியுள்ள எழுத்துக்கள் தான் என்னை அடையாளம் காட்டும் என நம்புகிறேன்.

காதல் தான் இந்த எழுத்துக்களின் பிறப்பிற்குக் காரணம். நட்பில் உதித்த காதல், ஒரு தலை காதலாக பயணம் செய்து இறுதி வரை நீடித்தது கொண்டிருக்கிறது. வாய்ப்பில்லை என்று அறிந்தே காதல் பெருக்கெடுத்து, எழுத்துக்களாக மாறி விட்டது.

இந்த அனுபவ எழுத்துக்கள், உங்கள் வாழ்வில் ஏதேனும் ஒரு நிகழ்வுடன் பொருத்திக்கொள்ளலாம்.

நீங்கள் சொல்ல துடித்தும், சொல்ல முடியாமல் போன உணர்வுகளுக்கும்,

நெஞ்சில் காத்திருந்த காயங்களுக்கு ஆறுதலாகவும்,

இந்த புத்தகம் இருக்கும்.

உங்கள் நேசத்துடனும்,

உணர்வுகளுடனும்,

தனிமையுடனும்,

இந்த எழுத்துக்கள் கலந்திருக்கின்றன.

உங்கள் அன்புடன்,

ஜெ. மோகன பிரசாந்த்

நன்றி

அன்னை தமிழுக்கும்,

என்றென்றும் தோளாக இருந்த நண்பர்களுக்கும்,

நேர்மையாக நெருக்கமாக இருந்த உறவுகளுக்கும்,

இப்போது இந்த வரிகளை படிக்கிற உங்களுக்கும் —

என் ஆழ்ந்த நன்றியும், அன்பும்.

இந்த எழுத்துக்கள் உங்களை வந்தடையச் செய்த
"Notion Press" குழுவிற்கு,

எனது நன்றிகள்.

முகவுரை

கற்பனைகளில் விழுந்தேன் — இந்தப் புத்தகம்,
பெரும்பாலும் ஒருதலைக் காதலின் ஏக்கங்களையும்,
அதனின் புரிதல்களையும்,
அதனின் உணர்வுகளையும் எடுத்துரைக்கின்றது.
இந்த உணர்வுகளின் வெளிப்பாடே
இந்தப் பக்கங்களில் விரிந்திருக்கும் எழுத்துக்கள்.
இதுவரை என் மனதைக் காயமடையச் செய்த
இறுக்கங்களை,
சில புரிதல்களை வார்த்தைகளின் வழியாகக் கவியாக்கி
இருக்கின்றேன்.
இங்கே புதைந்திருக்கும் இந்த வரிகள்,
உங்களை ஒருவகையில் ஆசுவாசப்படுத்திக் கொள்ள
உதவும் என நம்புகிறேன்.
மீள முடியாத ஞாபகங்கள்,
நினைவுகளைத் தவிர்க்க முடியாமல்,
கற்பனைகளில் மூழ்கி,
அதிலேயே வலிகளைப் புரிந்து கொள்ளும் ஒரு
பயணமாகவே
இந்த புத்தகம் அமைந்துள்ளது.
இந்த புத்தகம்,
உங்களின் நெஞ்சுக்குள் மறைந்து கிடக்கும் அந்த
உணர்வுகளை,
மறுபடியும் ஒரு முறை திரும்பிப் பார்க்க வைத்தால்,
அதுவே இந்த எழுத்துக்களின் வெற்றி.

காதல் கொஞ்சம்

"நினைவுகளில் கொஞ்சம்

வலிகளில் கொஞ்சம்

வார்த்தைகளில் கொஞ்சம்

மெளனங்களில் கொஞ்சம்

அழுகையில் கொஞ்சம்

சிரிப்பினில் கொஞ்சம்

காதல் கொஞ்சம்

சினேகம் கொஞ்சம்

வெக்கத்தில் கொஞ்சம்

வேதனையில் கொஞ்சம்

கற்பனைகளில் கொஞ்சம்

காகிதங்களில் கொஞ்சம்

காயங்களில் கொஞ்சம்

கவிகளில் கொஞ்சம்

கொஞ்சம் கொஞ்சமாக

கொள்ளை கொண்டு

முழுவதுமாய் ஆட்கொண்டு

மிச்சம் இருந்த என்னை

உனக்காக உயிர் பிழைத்து

வைத்து இருக்கச் செய்கிறாய்.."

தொடர்கின்ற உறவு

"உன்னில் உதித்து

நான் மறைந்து போனது

யார் இழைத்த பிழை??

உணர்வுகள் நீடித்து

நின்று போனது உன்னில் தானே??

அனைவரது வாழ்வில்

உறவு தோன்றி

மறைவது என்பது

பொதுவான கதை..

நகராத நரகம்

சுமை தீராத பாரம்...

அவள் என்பதினால் என்னவோ

அழுத்து போகவில்லை.
"

நினைவுகளில் மட்டும்

"பெரும்பாலான உறவுகள்

நினைவுகளில் மட்டுமே

உறவாடிக்கொள்கின்றன...

நிகழும் நிபந்தனைகளுக்கு

தள்ளப்படுவதினால்"

நீள்வது நினைவுகளாக

"நகரும் உறவுகளும்

நகர்த்திச் செல்லும் பயணங்களும்...

நாள் பொழுதுகளும்

நாடுவது உன் நட்பிற்கும்,

அரவணைப்புகளுக்கும்...

நிறைந்த நினைவுகளும்

நிறைவேறாத கனவுகளும்...

நீங்காத ஏக்கங்களும்,

நீங்காத வலிகளும்...

நீண்டுகொண்டே போகின்றது..."

நிதர்சனம்

பிரிவு

"பிரிவுகள் இங்கே சாத்தியம்...

உறவுகள் உலர்ந்த போதிலும்,

பக்கங்களை புரட்டிக்கொண்டு இருக்கிறேன்...

சாத்தியம் அற்ற ஒன்றை

எண்ணி எதிர்பார்த்து..."

பிழை நான்

உணர்வுகளும்... வரிகளும்...

"உணர்வுகள்...

ஒவ்வொரு முறையும்,

அவள் மீதான காதலை

உறுதிப்படுத்திக்கொண்டே இருக்கச் செய்கிறது

என் வரிகள் மூலம்..."

சிறகொடிந்த வானவில்லாய்

"சிறகொடிந்த வானவில்லாய் இந்த நினைவுகள்...

நிறங்கள் நீடிக்காது என்பது இயற்கையின் நிபந்தனை,

நிறுத்திப் பிடித்து வைக்க வேண்டிய நிபந்தனை

நேரங்களுக்கும் இல்லை...

இந்த நினைவுகளும் அப்படியே..."

வீண் கற்பனை

"விழி என்ன பிழை செய்தது...

விதி என்று நீ விலகி நிற்பது,

மறவாத ஞாபகங்கள் என

மடல் எழுதிய விரல்கள்,

வீண் கற்பனை என்று

திருத்தங்கள் செய்கிறது..."

உறுதுணை

உறவு

"உறவுகள் தொடர்கதை என்பது
இணைந்திருப்போம் என்பதில் அல்ல...
உரிமை இழந்தும், பிரிந்து சென்றும்
உணர்வுகளில் உறைந்திருப்பதே..."

ஒருதலைக் காதல்

"தெளிவு இல்லாத பக்கங்கள் அது..

தெரிந்து கொள்ள திணறுகிறது

இவனின் ஒருதலைக் காதல்

கேட்டு...."

காத்திருக்கிறேன்

"காத்திருப்பின் காதலுக்கு ஆயிரம் காரணங்கள்...

பிரிந்த போதும், மறந்த போதும்

உன்னை இழந்த நான்,

இழந்திடாத நினைவில்

உன்னை எதிர்பார்த்து காத்திருக்கிறேன்..."

தயக்கம் கொள்கிறேன்

"நினைவுகளை சேகரிக்க
இப்போதெல்லாம் தயக்கம் கொள்கிறேன்...

தேங்கி கிடந்த நினைவுகளில்
மூழ்கி கிடந்த மனம்,
மீளவில்லை இன்னும்...

சேகரித்தவைகள்தான்
என்னை முற்றிலும் முடக்கியது...

முழுமை காதல் உணர்த்தியதும்,
முடிவில்லா பிரிவின்
முதல் அத்தியாயத்தினை
தோற்றுவிட்டாய், எனது கதையில்"

காதலின் நேசம்

"எனக்கு தெரிந்த வரையில்

நான் நேசித்த காதல், நீ தான் இன்றளவிலும்...

உரையாடலை நான் கொட்டி

தீர்த்த ரசனையை விட,

எழுத்துக்களால் நான் நிரப்பிய

காதலின் நேசம் அளவற்றது..."

நிழல் உறவாய்

"நிறங்களாய் நினைவுகள் கேட்கவில்லை,

நிதானமாக யோசித்தேன்...

நிழல் உறவாய் உன் நினைவுகளில்

நீண்டு இருந்தால் போதும்...

நிறங்கள் சாயம் போக கூடும்,

நிறமற்ற என் நிழல் வெளுத்திடாது...

விலகி சென்றாலும்,

வெறுத்திடாது..."

எங்கெங்கோ??

"தோள் சாய்ந்த நேரம் எல்லாம்
தொலைவில் சென்று விட்டது...

தொலைந்த காலங்களில்
தொடர்ந்திருக்கும் என்று எண்ணியவைகள்
எல்லாம் இன்று எங்கெங்கோ??"

தோழமை

எனக்கான புரிதல்கள்
எனக்கான தேடல்கள்
இவை அனைத்தும் என்னுடன் நானே
பகிர்ந்து கொள்ள தேர்ந்தெடுத்த
தோழமை - இந்த எழுத்துக்கள்."

கடைசி பக்கம்

"கடைசி பக்கத்தின் கடை எழுத்து,

முற்றுபெற உள்ளது...

முழுமையான இந்த உணர்வுகளை,

முழுமைப்படுத்த முடியவில்லை...

என்றாலும்!

கிடைத்து தொலைத்தவைகள்,

எல்லாம் இங்கு

நியாபக வடிவில்,

எழுத்துப்பிழைகளாய் இயற்றி விட்டேன்...

இயலாத சில எதிர்பார்ப்புகள் தான்,

இயற்றவும் வைத்தது...

இல்லாமை என்பது,

தேடலின் தொடக்கம்..."

தலைப்புகளும் கவி சொல்லும்

காதல் கொஞ்சமாக தொடர்ந்த உறவு,
நினைவுகளில் மட்டுமே இப்போது.
நீள்வது நினைவுகள் என்பதினால் நிதர்சனம் பிரிவு என்பதே.
    அதில் பிழையும் நானே,
இந்த உணர்வுகளும் வரிகளும்
சிறகொடிந்தவானவில்லாய் இருக்கின்றன.
    வீண் கற்பனையினை உறுதுணையாக,
என் உறவாக ஏற்றுக்கொண்டு
என் ஒருதலைக் காதலாய் என்றும் காத்திருக்கிறேன்.
    தயக்கமும் கொள்கிறேன்,
இந்த காதலின் நேசம்
நிழல் உறவாய் எங்கெங்கோ தோழமை சாடி,
கடைசி பக்கத்தில் முற்றுபெற்று விடுமோ என்று.

நன்றி!

மீண்டும் எழுத்துக்களில் சந்திப்போம்!
Queries : Mohanaprasanth98@outlook.com
INSTAGRAM - _Kaikilaii
Contact - 9840400498